പ്രകൃതിക്കായി ഒരപേക്ഷ

prakruthikkayi orapeksha

•

k k krishnakumar

•

first edition
september 2009

•

second edition
june 2012

•

typesetting and published
chintha publishers, thiruvananthapuram

•

cover
black mole

വിതരണം

ദേശാഭിമാനി ബുക്ക് ഹൗസ്

H O തിരുവനന്തപുരം–695 001

ബ്രാഞ്ചുകൾ

ഓവർബ്രിഡ്ജ് തിരുവനന്തപുരം • കെ എസ് ആർ ടി സി ബസ് സ്റ്റേഷൻ ആലപ്പുഴ • കെ എസ് ആർ ടി സി ബസ് സ്റ്റേഷൻ എറണാകുളം • ഐ ജി റോഡ് കോഴിക്കോട് • മാവൂർ റോഡ് കോഴിക്കോട് • എൻ ജി ഒ യൂണിയൻ ബിൽഡിങ് കണ്ണൂർ • സെൻട്രൽ ബസ് ടെർമിനൽ കോംപ്ലക്സ് താവക്കര കണ്ണൂർ • മച്ചിങ്ങൽ ലെയ്ൻ തൃശൂർ

CR - 1075 / 2661

പ്രകൃതിക്കായി ഒരപേക്ഷ

സിയാറ്റിൽ മൂപ്പന്റെ കത്തിനെ ആധാരമാക്കി തയാറാക്കിയത്

കെ കെ കൃഷ്ണകുമാർ

ചിന്ത പബ്ലിഷേഴ്സ്
തിരുവനന്തപുരം-695 001

കെ കെ കൃഷ്ണകുമാർ

കേരള ഭാഷാ ഇൻസ്റ്റിറ്റ്യൂട്ടിൽനിന്ന് അസിസ്റ്റന്റ് ഡയറക്ടറായി റിട്ടയർ ചെയ്തു. കേരള ശാസ്ത്രസാഹിത്യ പരിഷത് പ്രവർത്തകൻ.

ബാലസാഹിത്യകൃതികൾ, വിവർത്തനങ്ങൾ എന്നിങ്ങനെ ഇരുപതോളം പുസ്തകങ്ങൾ പ്രസിദ്ധീകരിച്ചിട്ടുണ്ട്. കേരള സമ്പൂർണ സാക്ഷരതാ പരിപാടിയുടെ ഡയറക്ടർമാരിൽ ഒരാളായിരുന്നു.

ഭാര്യ : എം എസ് ഏലിയാമ്മ.

മകൾ : കെ കെ സീമ

വിലാസം : സീമ, 61–ആനയറ നഗർ
ആനയറ, തിരുവനന്തപുരം 695 029

ഇന്ന് ലോകത്തിലെ ഏറ്റവും ശക്തിശാലിയായ രാഷ്ട്രം എന്നറിയപ്പെടുന്ന അമേരിക്ക, പണ്ടൊരിക്കൽ, പ്രകൃതിയോട് ഇണങ്ങി ജീവിച്ച റെഡ് ഇന്ത്യൻ വംശജരുടെ ജന്മനാടായിരുന്നു. അനേകമനേകം റെഡ് ഇന്ത്യക്കാരെ കൊന്നൊടുക്കിയും അവർ ജീവനുതുല്യം സ്നേഹിച്ച പ്രകൃതിയെ ക്രൂരമായി കീഴടക്കിയുമാണ് അമേരിക്ക അവരുടെ സാമ്രാജ്യം സ്ഥാപിച്ചത്.

ഏതാണ്ട് 150 വർഷങ്ങൾക്കു മുമ്പ്, തങ്ങളുടെ പ്രിയപ്പെട്ട ജന്മഭൂമി വാങ്ങാനൊരുങ്ങിയ അമേരിക്കൻ ഗവൺമെന്റിന് ചീഫ് സിയാറ്റിൽ എന്നു പേരുള്ള ഒരു റെഡ് ഇന്ത്യൻ തലവൻ വികാരനിർഭരമായ ഒരു കത്ത് അയക്കുകയുണ്ടായി. ആ കത്താണ് ഈ പുസ്തകത്തിന്റെ ഉള്ളടക്കം.

പ്രകൃതിയും മനുഷ്യനും തമ്മിലുള്ള ജീവത്തായ ബന്ധത്തെക്കുറിച്ചുള്ള ഹൃദയത്തിൽത്തട്ടുന്ന വിവരണമാണ് ഈ കത്തിലുള്ളത്. ലോകമെമ്പാടും ലാഭക്കൊതിപൂണ്ട സ്വാർഥമോഹികൾ പ്രകൃതിയെ നിരന്തരം മുറിവേൽപ്പിച്ചുകൊണ്ടിരിക്കുന്ന ഈ കാലഘട്ടത്തിൽ നമുക്ക് വീണ്ടും വീണ്ടും വായിക്കാം...

കെ കെ കൃഷ്ണകുമാർ

പ്രകൃതിക്കായി ഒരപേക്ഷ

നിങ്ങൾക്ക് എങ്ങനെയാണ് ഈ നീലാകാശം വിലയ്ക്കു വാങ്ങാനാവുക?

എങ്ങനെയാണ് കുളിർമഴയും ഇളംകാറ്റും സ്വന്ത മാക്കിത്തീർക്കാൻ കഴിയുക?

എന്റെ അമ്മ എന്നോടു പറഞ്ഞതെന്താണെന്നോ?

"മകനേ, ഈ ഭൂമിയിലുള്ളതെല്ലാം നമ്മുടെ ജനങ്ങൾക്ക് പവിത്രമാണ്.

ഓരോ മരത്തിലെ ഓരോ ഇലയും ഓരോ മണൽപ്പരപ്പും ഓരോ കുന്നിൻചരിവും മൂളിപ്പാട്ടു മൂളുന്ന ഓരോ ചെറുപ്രാണിയും നമ്മുടെ ജനങ്ങളുടെ ഓർമയിൽ അതീവപാവനമായി നിലകൊള്ളുന്നു."

എന്റെ അച്ഛൻ എനിക്ക് പറഞ്ഞുതന്നതെന്താണെന്നോ?

8

പ്രകൃതിക്കായി ഒരപേക്ഷ

കെ കെ കൃഷ്ണകുമാർ

പ്രകൃതിക്കായി ഒരപേക്ഷ

കെ കെ കൃഷ്ണകുമാർ

"ഈ മരങ്ങളുടെ ഞരമ്പിലൂടെ ഒഴുകുന്ന മരച്ചാറ്

എനിക്ക്, എന്റെ സിരകളിലൂടെ ഒഴുകുന്ന ചുടു

ചോരപോലെ വിലപ്പെട്ടതാണ്.

മകനേ, ഈ ഭൂമി, നമ്മുടെ ജീവന്റെ ഒരു ഭാഗമാണ്;

നമ്മൾ ഭൂമിയുടെയും.

അത് നീ ഒരിക്കലുമൊരിക്കലും മറക്കാതിരിക്കുക.

സുഗന്ധം തുളുമ്പുന്ന പൂക്കൾ നമ്മുടെ

സഹോദരിമാരാണ്.

കരടിയും പുള്ളിമാനും പറന്നുയരുന്ന പരുന്തു

രാജാവും നമ്മുടെ സഹോദരന്മാരാണ്.

ഈ പാറക്കെട്ടുകളും പുൽമേടുകളും അവയിൽ മേയുന്ന

കുതിരക്കൂട്ടങ്ങളും നമ്മളും ഒരൊറ്റ കുടുംബക്കാരാണ്."

എന്റെ പൂർവപിതാമഹന്മാരുടെ ശബ്ദം എന്നോടു മന്ത്രിച്ചു:

"അരുവികളിലൂടെയും പുഴകളിലൂടെയും

തിളങ്ങിത്തുള്ളിയോടുന്ന ഈ തെളിനീര്

നിന്റെ മുതുമുത്തച്ഛന്റെ രക്തമാണ്.

ഈ തെളിവെള്ളത്തിൽ തെളിയുന്ന ഓരോ

പ്രതിബിംബവും,

നമ്മുടെ ജനങ്ങളുടെ ജീവിതത്തെക്കുറിച്ച്

നാം വായിച്ചറിയേണ്ട ഓർമക്കുറിപ്പുകളാണ്.

ഒഴുകിയൊഴുകിപ്പോകുന്ന ഈ പുഴയുടെ മർമരം

നിന്റെ മുതുമുത്തശ്ശിയുടെ നാദമാണ്.

പുഴകൾ നമ്മുടെ സഹോദരങ്ങളാണ്.

അവർ അവരുടെ തെളിനീരിനാൽ

നമ്മുടെ ദാഹം ശമിപ്പിക്കുന്നു,

നമ്മുടെ ചെറുതോണികളെ മറുകരയെത്തിക്കുന്നു.

നമ്മുടെ കുഞ്ഞുങ്ങൾക്ക് ആഹരിക്കാൻ

മീനുകളെ തരുന്നു.

എന്റെ മകനേ, നീ നിന്റെ സഹോദരനെ

സ്നേഹിക്കുന്നതുപോലെ

ഈ പുഴയെ എന്നെന്നും സ്നേഹിക്കുക.”

എന്റെ മുത്തച്ഛന്റെ ശബ്ദം അശരീരിയായി
എന്നോടു പറയുന്നു:
"നമുക്ക് ചുറ്റുമുള്ള വായു അമൂല്യമാണ്;
അത് ജീവന്റെ ശ്വാസം സർവ ജീവജാലങ്ങൾക്കും
പകർന്നു നൽകുന്നു.
വായു ഇല്ലെങ്കിൽ ഒന്നുമില്ല.
എന്റെ ആദ്യശ്വാസവും അവസാന
നിശ്വാസവും ഈ വായുവാണ്.

ഈ മണ്ണും വായുവും പരിപാവനമായി സൂക്ഷിക്കേ
ണ്ടത് എന്നെന്നും നമ്മുടെ ചുമതലയാണ്.

പുൽമേടുകളിലെ പൂക്കളുടെ സുഗന്ധംകൊണ്ട്

മധുരമായ ഈ കാറ്റ് എന്നെന്നും രുചിക്കാൻ

നമുക്ക് കഴിയേണ്ടതുണ്ട്.

ഈ ഭൂമുഖത്തുനിന്ന്,

അവസാന റെഡ് ഇന്ത്യക്കാരനും റെഡ് ഇന്ത്യക്കാരിയും

അവർക്ക് പ്രിയപ്പെട്ട ഈ വന്യപ്രകൃതിയും

അപ്രത്യക്ഷമായി കഴിയുമ്പോൾ...

അവരെക്കുറിച്ചുള്ള ഓർമകൾ

പുൽപ്പരപ്പിനു മുകളിലൂടെ തെന്നി നീങ്ങുന്ന

മഴമേഘങ്ങളുടെ നിഴൽ മാത്രമാവുമ്പോൾ...

നമുക്ക് പ്രിയപ്പെട്ട ഈ കാടുകളും കടൽത്തീരങ്ങളും

ബാക്കിയുണ്ടാകുമോ!

എന്റെ പ്രിയപ്പെട്ട ജനങ്ങളുടെ

ആത്മാക്കളെങ്കിലും ബാക്കിയുണ്ടാകുമോ!"

എന്റെ പിതാമഹന്മാർ എന്നോടു മന്ത്രിക്കുന്നു:

"ഈ ഭൂമി നമ്മുടേതല്ല,

നമ്മൾ ഈ ഭൂമിയുടേതാണ്..."

എന്റെ മുത്തശ്ശിയുടെ ആത്മാവ്

എന്നോടു മന്ത്രിക്കുകയാണ്...

"മകനേ, ഞങ്ങൾ നിന്നെ പഠിപ്പിച്ചത്

20

പ്രകൃതിക്കായി ഒരപേക്ഷ

കെ കെ കൃഷ്ണകുമാർ

നീ നിന്റെ മക്കളേയും പഠിപ്പിക്കണം...

അവരോട് പറയൂ...

ഈ ഭൂമി നമ്മുടെ അമ്മയാണ്.

ഈ പ്രിയപ്പെട്ട അമ്മയ്ക്കു സംഭവിക്കുന്ന

അപകടങ്ങളെല്ലാം

മക്കളായ നമ്മെ ഓരോരുത്തരേയും ബാധിക്കാതിരിക്കില്ല.

ഹൃദയരക്തം കൊണ്ടെഴുതുന്ന

എന്റെ ഈ അപേക്ഷ ദയവായി ശ്രദ്ധിച്ചാലും...

എന്റെ പിതാമഹന്മാരുടെ വാക്കുകൾ

കാതോർത്താലും...

നിങ്ങളുടെ ജനങ്ങളുടെ വിധി

എന്തായിത്തീരുമെന്ന് ഞങ്ങൾക്ക്

ഊഹിക്കാനാവുന്നില്ല.

ഈ പുൽമേടുകളിൽ മേയുന്ന എല്ലാ പോത്തുകളേയും

എരുമകളേയും

നിങ്ങൾ കൊന്നൊടുക്കിക്കഴിയുമ്പോൾ

എന്തു സംഭവിക്കും?

തുള്ളിയോടുന്ന ഈ കാട്ടുകുതിരകളെ മുഴുവൻ

നിങ്ങൾ മെരുക്കിക്കഴിയുമ്പോൾ

എന്തു സംഭവിക്കും?

ഈ പ്രിയപ്പെട്ട വനാന്തരങ്ങളിലെ, പരിപാവനമായ

ഉൾക്കാടുകളിൽ മുഴുവൻ മനുഷ്യഗന്ധം

നിറഞ്ഞുകഴിയുമ്പോൾ

എന്തായിരിക്കും സംഭവിക്കുക?

മാമരങ്ങൾ പൂത്തുലഞ്ഞു നിൽക്കുന്ന ഈ പ്രിയപ്പെട്ട

കുന്നിൻചെരിവുകൾ നിറയെ നിങ്ങളുടെ

ദൂരഭാഷിണിക്കമ്പികൾ കൊണ്ട് നിറയുമ്പോഴേക്കും

ഈ കുറ്റിക്കാടുകളെല്ലാം എന്നെന്നേക്കുമായി

അപ്രത്യക്ഷമാകും.

ഈ മലയോരങ്ങളിൽ ചിറകടിച്ചു പറക്കുന്ന

പരുന്തുകൾ വെറും ഓർമമാത്രമായിത്തീരും.

കുതിച്ചു പായുന്ന കുതിരകളും

വേട്ടപ്പട്ടികളുമൊക്കെ

അന്യംനിന്നുകഴിയുമ്പോൾ എന്തു സംഭവിക്കും?

അത് ജീവിതത്തിന്റെ അവസാനവും

വെറും നിലനിൽപ്പിന്റെ തുടക്കവുമായിരിക്കും.

ഇതുകൂടി അറിയുക:

രക്തം നമ്മെ ബന്ധിപ്പിക്കുന്നപോലെ

നമുക്കു ചുറ്റുമുള്ള സർവചരാചരങ്ങളും

പരസ്പരം ബന്ധിപ്പിക്കപ്പെട്ടിരിക്കുന്നു.

എല്ലാറ്റിനെയും പരസ്പരം ബന്ധിപ്പിക്കുന്ന

ജീവന്റെ ഈ മഹാശൃംഖല നമ്മൾ സൃഷ്ടിച്ചതല്ല.

നമ്മൾ അതിലെ ഒരു കണ്ണി മാത്രം.

ഈ ശൃംഖലയിൽ നാമേൽപ്പിക്കുന്ന ഓരോ

ആഘ്ലാതവും

നാം നമ്മിലേൽപ്പിക്കുന്ന ആഘ്ലാതമായിരിക്കും...

പിറന്നു വീണ ചോരക്കുഞ്ഞിന്

അമ്മയുടെ ഹൃദയസ്പന്ദനം എത്രമാത്രം

പ്രിയപ്പെട്ടതാണോ

അത്രമാത്രം പ്രിയപ്പെട്ടതാണ്, ഞങ്ങൾക്ക് ഈ ഭൂമി.

ഈ ഭൂമി നിങ്ങളുടേതായിത്തീരുമ്പോൾ

അതിനെ, ഞങ്ങൾ പരിലാളിച്ചിരുന്നതുപോലെ

പരിലാളിക്കുക.

ഞങ്ങൾ നിങ്ങളെ ഏൽപ്പിക്കുന്ന ഈ പവിത്രമായ

ഭൂമിയുടെ രൂപഭാവങ്ങൾ മനസ്സിൽ വരച്ചിടുക.

നിങ്ങളുടെ മക്കൾക്കും മക്കളുടെ മക്കൾക്കുമായി

ഈ ഭൂമിയും വായുവും പുഴകളും സംരക്ഷിക്കുക.

അവയെ, ഞങ്ങൾ സ്നേഹിക്കുന്നതുപോലെ

എന്നെന്നും അഗാധമായി സ്നേഹിക്കുക.